GUSTONG-GUSTO KO MAGSIPILYO
I LOVE TO BRUSH MY TEETH

Shelley Admont
Sa Pagguhit nina Sonal Goyal at Sumit Sakhuja

www.kidkiddos.com
Copyright©2013 by S.A.Publishing ©2017 by KidKiddos Books Ltd.
support@kidkiddos.com

All rights reserved. No part of this book may be reproduced in any form or by any electronic or mechanical means, including information storage and retrieval systems, without written permission from the publisher or author, except in the case of a reviewer, who may quote brief passages embodied in critical articles or in a review.
Lahat ng karapatan ay nakalaan.
Second edition, 2019

Translated from English by Aimee M.
Isinalin mula sa Ingles ni Aimee M.

Library and Archives Canada Cataloguing in Publication Data
I Love to Brush My Teeth (Tagalog English Bilingual Edition)/ Shelley Admont
ISBN: 978-1-5259-1645-8 paperback
ISBN: 978-1-77268-580-0 hardcover
ISBN: 978-1-77268-115-4 eBook

Please note that the Tagalog and English versions of the story have been written to be as close as possible. However, in some cases they differ in order to accommodate nuances and fluidity of each language.

Para sa mga pinakamamahal ko-S.A.
For those I love the most-S.A.

Umaga na at ang araw ay sumisikat sa napakalayong kagubatan. Doon, sa isang maliit na bahay, nakatira ang munting kunehong si Jimmy, kasama ang kanyang mga magulang at dalawang kapatid.

Morning came and the sun was shining in the faraway forest. There, in a small house, lived little bunny Jimmy, with his parents and two older brothers.

Pumasok sa kwarto nila Jimmy ang kanilang ina.

Mom came into the room that Jimmy shared with his brothers.

Una hinalikan niya ang panganay na anak na mahimbing na natutulog sa asul na higaan nito. Sumunod na hinalikan ang kanyang pangalawang anak na natutulog pa rin sa kanyang berdeng higaan.

First she kissed the oldest brother, who slept peacefully in his blue bed. Next she gave a kiss to the middle brother. He was still sleeping in his green bed.

At sa huli, ay lumapit na ito kay Jimmy, sa kaniyang kulay kahel na higaan, at binigyan ito ng isang halik.

Finally, Mom went to Jimmy's orange bed, and gave him a kiss.

"Magandang umaga mga anak," sabi ng Inay, " Oras na para bumangon."

"Good morning, children," said Mom. "It's time to rise."

Paglabas ng kwarto, ang nakakatandang kapatid ay nagtungo sa banyo.

Getting out of bed, the oldest brother made his way to the bathroom.

"Wow!" Ang sigaw niya, "May bago akong sepilyo! Kulay asul, ang paborito kong kulay. Maraming salamat Inay." At siya ay nagsipilyo.

"Wow!" he shouted, "I have a brand-new toothbrush! It's blue, my favorite color. Thank you, Mom." He started to brush his teeth.

Ang pangalawang kapatid ay sumunod sa kanya, "Mayroon din akong bagong sepilyo, ang akin ay kulay berde!" Bulalas niya at nagsimula na rin itong magsipilyo ng ngipin.

The middle brother followed him. "I have a new toothbrush as well, and mine's green!" he exclaimed and also began to brush his teeth.

Bumangon na rin si Jimmy at dahan-dahang lumakad patungo sa banyo. *Bakit pa aabalahing magsipilyo ng aking mga ngipin?* inisip niya. Maayos naman ang ngipin ko kagaya nila.

Jimmy got out of bed and walked slowly towards the bathroom. Why even bother brushing my teeth? *he thought.* My teeth are fine as they are.

"Tingnan mo Jimmy," sabi ng panganay na kuya, "may bago ka ring sepilyo. Kulay kahel kagaya ng higaan mo."

"Look, Jimmy," said his oldest brother, "you have a new toothbrush too. It's orange like your bed."

"Meron din akong bagong sepilyo, sang-ayon ako." Tumayo si Jimmy sa harap ng salamin pero hindi pa rin ito nagsisipilyo.

"So I have a new toothbrush, big deal." Jimmy stood in front of the mirror, but he still didn't start brushing his teeth.

"Mga bata, bilisan niyo na! Ang almusal ay halos handa na," narinig nila ang mahinhin na boses ng kanilang Ina. "Tapos na ba kayong magsipilyo?"

"Kids, hurry up! Breakfast is almost ready," they heard their mother's soft voice. "Has everyone finished brushing their teeth?"

"Tapos na po ako," sagot ng panganay at tumakbo palabas ng banyo.

"I've finished," answered the oldest brother and ran out of the bathroom.

"Ako rin po," sagot naman ng pangalawang kapatid. Tumakbo ito papuntang kusina.

"Me too," replied the middle brother. He ran after his brother to the kitchen.

"Inay, tapos na rin po akong magsipilyo," sigaw ni Jimmy. Palabas na sana siya ng banyo ng may marinig siyang boses.

"Mom, I finished brushing my teeth too," shouted Jimmy. He was just about to leave the bathroom, when he heard a voice.

"Hindi magandang magsinungaling," ang sabi ng boses. *"Hindi ka nagsipilyo ng ngipin."*

"It's not nice to lie," the voice said. "You didn't brush your teeth."

"Sino ka?" Ang tanong ni Jimmy na tumitingin sa paligid sa kalituhan kung sino ang nagsasalita.

"Who said that?" asked Jimmy as he looked around in confusion.

Nakasimangot na nakatingin sa kanya ang kanyang kulay kahel na sepilyo, na nakatayo sa lalagyan. Hindi siya makapaniwala sa kanyang nakikita… o sa kanyang naririnig!

Frowning at him was his new orange toothbrush, standing on the counter. He just couldn't believe his eyes…or his ears!

"Ang sepilyo ay hindi maaring makapagsalita," sinabi niya sa nasisindak na boses.

"A toothbrush can't talk," he said in a stunned voice.

"Sigurado ako. Ako ay isang mahiwagang sepilyo," pagmamalaking sabi ng sepilyo. "Ang trabaho ko ay tiyakin na nagsisipilyo ng ngipin ang lahat ng mga bata,"

"I sure can. I'm a magical toothbrush," said the toothbrush proudly. "My job is to make sure EVERYONE brushes his teeth."

Tumugon si Jimmy ng tawa. "Hindi ako nagsipilyo ng ngipin pero walang masamang nangyari sa akin."

Jimmy laughed in response. "I didn't brush my teeth and nothing bad happened to me."

"Tingnan mo ang sarili mo," sabi ng sepilyo. "Ang mga ngipin mo ay kulay dilaw at ang baho pa ng hininga mo."

"Look at yourself," the brush said. "Your teeth are yellow and your breath smells terrible."

"Hindi yan totoo, sepilyo. Gawa-gawa mo lang yan". Kinuha ni Jimmy ang sepilyo at itinapon sa malayo at sulok ng banyo. At tumakbo siya patungong kusina upang kumain ng almusal.

"That's not true, brush. You're just making it up!" Jimmy took the toothbrush and threw it far into the corner of the bathroom. Then he ran into the kitchen to have his breakfast.

"Hindi ito ang tamang pagtrato sa akin," sigaw ng sepilyo. "Isa akong mahiwagang sepilyo. Patutunayan ko kung gaano ako ka importante!"

"That's no way to treat me," shouted the toothbrush. "I'm a magical toothbrush. I'll prove how important I am!"

Sa oras na ito, naka-upo na si Jimmy sa tabi ng kanyang mga kapatid sa hapagkainan.

By this time, Jimmy was already sitting down next to his brothers in the kitchen.

Kumuha siya ng sanwits at akmang kakainin ng biglang tumalon ang sanwits mula sa kanyang mga kamay papunta sa plato ng panganay niyang kapatid.

He took a sandwich and brought it to his mouth. But then the sandwich jumped out of Jimmy's hands right onto the plate of his oldest brother.

Sa halip na sanwits, nakagat ni Jimmy ang kanyang mga daliri ng matindi!

Instead of the sandwich, Jimmy had bitten his fingers — hard!

"Kaninong sanwits ito?" tanong ng panganay na kapatid.

"Who does this sandwich belong to?" the brother asked.

"Tumakbo palayo sa akin ang sanwits ko," sagot ni Jimmy. "Akin iyan!"

"My sandwich ran away from me," answered Jimmy. "It's mine!"

"Nakakatawa ang imahinasyon mong iyan anak ko. Paano makakatakbo ang isang sanwits?" sabi ng Inay niya.

"Quite an imagination you have, sweetie. How can a sandwich run away?" his mother said.

"Hindi ko po alam Inay, pero yan po talaga ang nangyari," tugon ni Jimmy.

"I don't know how, but that's really what happened," said Jimmy.

Pagkatapos, binigyan siya ng kanyang Nanay ng malaking plato na puno ng enslada. "Ito, marahil ay mas gustuhin mong kumain ng masarap na ensaladang gulay," sabi niya.

Then, Mom gave him a big plate full of salad. "Here, perhaps you would like to eat a delicious vegetable salad instead," she said.

"Masarap ito, gusto ko ng ensaladang gulay," tugon ni Jimmy, ng akmang kakainin na sana niya ay biglang tumalon ang plato ng enslada sa lamesa malapit sa kanyang pangalawang kapatid.

"Yummy, I love vegetable salad," said Jimmy, about to start eating. Suddenly, the salad plate leaped up and settled down on the table near his middle brother.

"Tingnan ninyo," sabi ng pangalawang kapatid, "paano napunta rito ang plato mo?"

"Look," said the middle brother, "how did your plate get over here?"

"Tama ka nga anak! Tumatakbo palayo sa iyo ang pagkain mo!" sabi ng kanilang nagulat na ina. "Ito ay kakaiba."

"You were right, honey! Your food is running away from you!" said their astonished mom. "That's strange."

"Inay, nagugutom na po ako. Ano po ang kakainin ko?" sabi ni Jimmy.

"Mom, I'm getting hungry already. What can I eat?" said Jimmy.

Napag-isip sandali ang kaniyang Nanay. "Paano kaya kung ang paborito mong karot keyk? Bibigyan kita ng isang malaking hiwa."

Mom thought for a moment. "How about your favorite carrot cake? I'll give you a big slice."

"Sige po, yehey karot keyk! Gusto gusto ko po ito," masayang hiyaw ni Jimmy, "Salamat po Inay."

"Oh yes, carrot cake! I love it so much," Jimmy shouted happily, "Thanks, Mom."

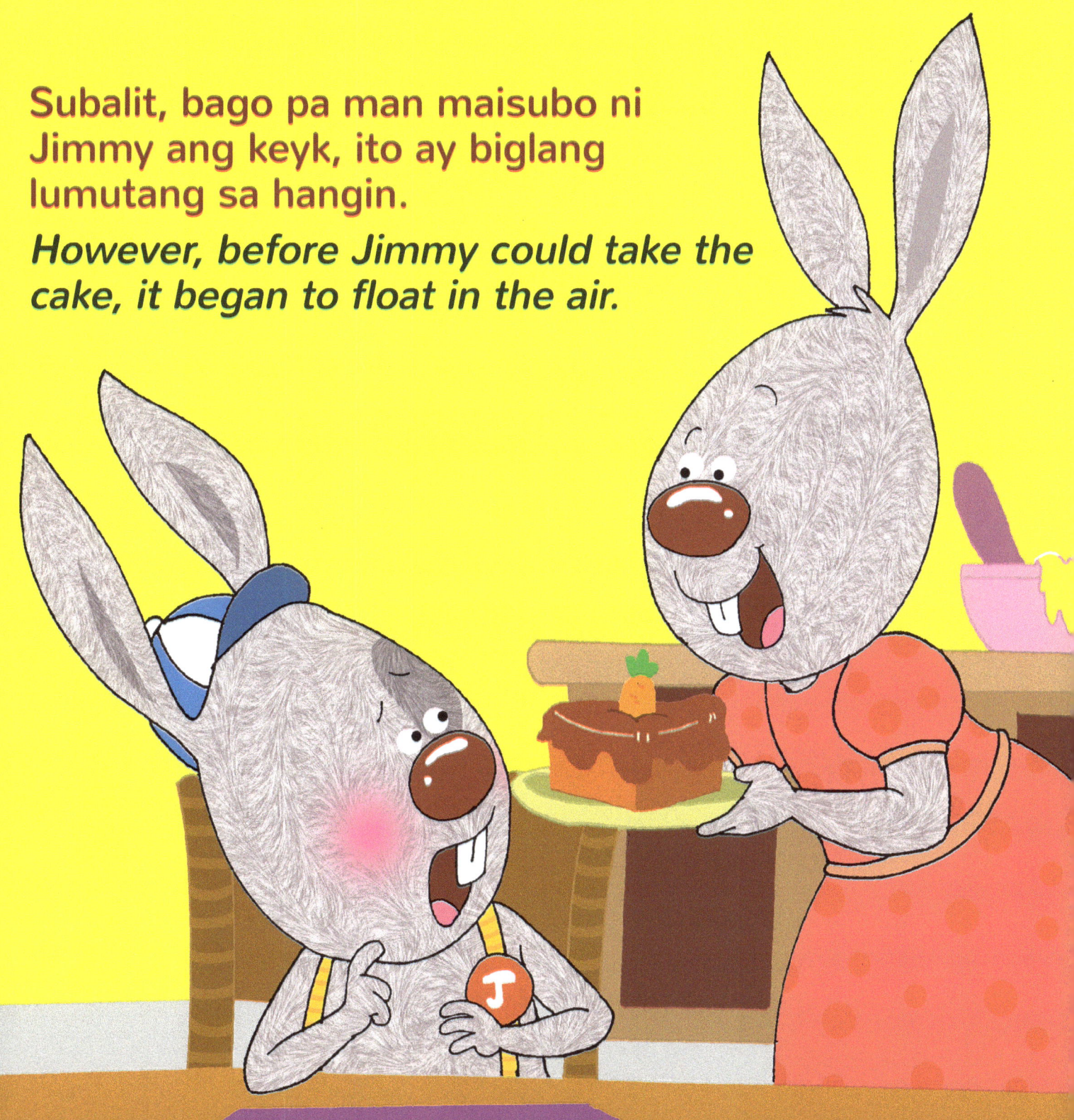

Subalit, bago pa man maisubo ni Jimmy ang keyk, ito ay biglang lumutang sa hangin.

However, before Jimmy could take the cake, it began to float in the air.

Napatayo si Jimmy sa kinauupuan at sinimulang habulin ang keyk.

Jimmy hopped out of his chair and started chasing the piece of cake.

Tumalon siya sa sopa, ngunit bumalik patungong lamesa ang keyk. Tumakbo pabalik si Jimmy sa lamesa subalit lumipad palabas ng bahay ang keyk. Hinabol ito ni Jimmy ng mabilis.

He jumped on the sofa, but the cake zoomed back to the table. Jimmy ran back to the table and then the cake flew out of the house. Jimmy rushed after it.

Lumipad paikot ng bahay ang keyk habang hinabol ni Jimmy. Ang isa pang pag-ikot na nasundan ng isa pa at isa pa, at pilit pa ring nakasunod na humahabol ritosi rito si Jimmy.

The cake looped around the house while Jimmy trailed behind it. Another round and another and another, and still Jimmy followed.

Hanggang siya ay maubusan ng hininga. Ang pagod na si Jimmy ay umupo sa pasukan ng bahay at nagsimulang umiyak.

Until he had run out of breath. Tired, Jimmy sat down at the entrance of the house and started crying.

Sa parehong sandali, ang dalawa niyang kaibigan ay dumaan. "Hoy, Jimmy," bati nila. "Bakit ka naka-upo diyan at bakit ang lungkot lungkot mo? Tara maglaro tayo."

At the same moment, two of his friends were passing by. "Hey, Jimmy," they greeted. "Why are you sitting here looking so sad? Come play with us."

"Sige, gusto ko yan!" Tumakbo palapit sa kanila si Jimmy. "Hindi kayo maniniwala sa nangyari sa akin ngayong araw!"

"Yes, I'd like that!" Jimmy ran towards them. "You won't believe what happened to me today!"

Sa pagbukas niya ng kanyang bibig, sumigaw ang kanyang mga kaibigan,

But, as he opened his mouth, the friends shouted,

"Naku, ang baho! Maglalaro na lang muna kami sa ibang lugar at ikaw magsipilyo ka ng ngipin mo Jimmy!" Sa gayon, sila ay tumakbo palayo.

"Yikes, what a stink! We'll go play somewhere else while you go brush your teeth!" With that, they ran away.

Umiiyak pa pero muling pumasok si Jimmy sa kanilang bahay. Nagtungo siya sa banyo at nakita niya ang mahiwagang sepilyo na lumilipad sa hangin, at mabait na nakangiti sa kanya.

Bursting into tears yet again, Jimmy entered the house. He went to the bathroom and saw the magical toothbrush flying in the air.

"Hello, Jimmy. Kanina pa kita hinihintay. Gusto mo bang magsipilyo ngayon?" Tumango si Jimmy.

"Hello, Jimmy. I've been waiting for you. Do you want to brush your teeth now?" Jimmy nodded.

Nag-umpisang magsipilyo si Jimmy, sa gilid at sa kabila, itaas at ibaba, harap at likod. Sinipilyo niya hanggang sa pumuti at kumintab ang kanyang mga ngipin.

Jimmy started brushing his teeth, from one side to the other, top and bottom, front and back. He brushed them until they became white and shiny.

Nakatingin na may kapurihan sa salamin, nasabi ni Jimmy, "Salamat sepilyo. Napakalinis at kaaya-ayang magsipilyo ng aking mga ngipin. Napakabango na ng hininga ko."

Gazing proudly at his reflection in the mirror, Jimmy said, "Thank you, brush. It was even nice and pleasant to brush my teeth. I now have sweet-smelling breath too."

"Gwapo mong tingnan," sabi ng sepilyo. "Tsaka nga pala, ako si Leah. Andito lang ako palagi para tumulong."

"You look great," said the brush. "By the way, my name is Leah. I'm always here to help."

At iyon ang umpisa ng mabuting pagkakaibigan nila Jimmy at Leah. Simula noon, nagkikita na sila dalawang beses sa isang araw para maprotektahan ang ngipin ni Jimmy at tumubo itong matibay at malusog.

That's how Jimmy and Leah became good friends. Ever since that day, they've seen each other twice a day to protect Jimmy's teeth and help them grow strong and healthy.

www.ingramcontent.com/pod-product-compliance
Lightning Source LLC
Chambersburg PA
CBHW061130070526
44584CB00033B/4281